8x(4/03)³/14

Poems
from
Captured
Documents

Poems
from
Captured
Documents

With an
Introduction
by Bruce Weigl

The University
of Massachusetts
Press / Amherst

A

Bilingual

Edition

Selected

& Translated

from the

Vietnamese

by

Thanh T. Nguyen

& Bruce Weigl

Copyright © 1994 by

The University of Massachusetts Press

Printed in the United States of America

LC 93–46189

ISBN 0–87023–921–X (cloth); 922–8 (paper)

Printed and bound by Thomson-Shore, Inc.

Library of Congress Cataloging-in-Publication Data

Poems from captured documents / selected and translated from the

   Vietnamese by Thanh T. Nguyen and Bruce Weigl : with an introduction

   by Bruce Weigl. — A bilingual ed.

     p. cm.

   English and Vietnamese.

   ISBN 0–87023–921–X (alk. paper). — ISBN 0–87023–922–8(pbk. : alk.

paper)

   1. Vietnamese Conflict. 1961–1975—Poetry. 2. Vietnamese

poetry—20th century. I. Nguyen, Thanh T., (date) . II. Weigl,

Bruce, 1949–

PL4378.65.E5P64   1994

895'.92213—dc20   93–46189

                                       C I P

British Library Cataloguing in Publication data are available.

This book is published with the support and cooperation of the University of
Massachusetts at Boston.

Contents

vi

Introduction

More than twenty-five years have passed since the Tet Offensive of February 1968. Many Americans and many Vietnamese, both here and in Vietnam, long to forget the war, however profoundly its legacy lingers. There are many others who fought either in the war or against it, were displaced by the war, lost loved ones to its fighting, or were otherwise profoundly affected by the war and its aftermath and who feel drawn toward some kind of closure. Any such resolution must involve a willingness to look back and to try, once again, to understand the other side. Thanh T. Nguyen and I hope that these translations will serve as a bridge to such an understanding, and that by making available these intimate and deeply human glimpses from the lives of North Vietnamese and National Liberation Front soldiers during the American war, we will encourage and facilitate some kind of reconciliation—if not a political one, then an emotional and psychological one.

· "The Combined Documents Exploitation Center Collection of Captured Documents," the source for copies of the diaries where these poems were found, came into existence as a result of coordinated intelligence-gathering by United States, Republic of Vietnam, and allied forces in the Vietnam War (the Vietnamese call it, appropriately, the American war) between October 1966 and late 1972.

During that period, which includes the years of some of the heaviest and most sustained fighting (particularly the years 1967 and 1968, when American troop strength reached more than a half-million), American military units captured documents—among them a variety of military communications, as well as personal diaries, letters, and, surprisingly, a great deal of poetry written by members of the various revolutionary forces. These were sent to Saigon for analysis and translation, grouped into batches, and microfilmed on 35-mm film stock. It seems clear that the original documents were lost when Saigon fell to the revolutionary forces in 1975, most probably destroyed by departing American troops. The microfilm copies were housed in the National Archives in Washington, D. C., and after the war they eventually were declassified. In 1987 the William Joiner Center for the Study of War and Social Consequences of the University of Massachusetts at Boston bought a copy as part of its mission of studying the war from the ground up, from the often neglected point of view of the soldiers who fought it. This collection of nineteen miles of microfilm, available at only two other locations in the United States (the National Archives and Texas A & M University), provides significant documentation of the revolutionary side of the American war in Vietnam. But what is perhaps even more significant, it provides a glimpse of the soldiers themselves. Behind the silver salts and acetate images, it is possible to imagine the people who maintained these journals and kept these diaries during their long days of war. We cannot over-emphasize the value of this window into the past and of the view it offers of a culture inextricably bound to our own yet still foreign to most of us. It is our hope that these translations will inspire others—translators, his-torians, students of the American war in Vietnam, and Vietnamese scholars and officials—to travel to the William Joiner Center to investigate and research these documents more fully.

The poems selected for this book were found in the

diaries of soldiers who were killed, wounded, and/or captured by American or allied forces. Although not professional poets, like most Vietnamese, these soldiers wrote poetry. For anyone growing up in Vietnam, hearing, reading, singing, or writing poetry in either the written or oral tradition is as natural as breathing and practically as essential. This is true whether one comes from the north, the highlands, or the south, whether one is the child of teachers, farmers, soldiers, politicians, shopkeepers, or musicians. Making poetry in one form or another is an accepted, expected response to the universal experiences of love, loneliness, and separation.[1]

As in the literature of any developed culture, there is in the poetry of Vietnam a high art as well as a popular one. Vietnam has a long and distinguished tradition in the high manner, and its poets are respected in a way that is difficult for those outside the culture fully to comprehend.[2] The poems in this collection, unlike most published verse, were written in a variety of forms, from

1. The long history of oral and written poetry in Vietnam and the complications of its tonal prosody and rhyme schemes, as well as the history of the Vietnamese language and the relations of Vietnamese and Chinese cultures, are subjects too complex to cover adequately in this brief introduction. The interested reader should consult Nguyễn Ngọc Bích, ed., *A Thousand Years of Vietnamese Poetry,* trans. Nguyễn Ngọc Bich, with Burton Raffel and W. S. Merwin (New York: Knopf, 1975); and Huỳnh Sanh Thông, ed. and trans., *The Heritage of Vietnamese Poetry* (New Haven: Yale University Press, 1979).

2. Some of the most important poetry, though not widely read by English-speaking readers and perhaps not yet sufficiently translated, is nevertheless available. See, for example, Huỳnh Sanh Thông, *The Heritage of Vietnamese Poetry;* Đặng Tran Côn, *The War Wife,* trans. Keith Bosley (London: Allison and Busby, 1972); Nguyễn Du, *The Tale of Kiều,* trans. Huỳnh Sanh Thông (New York: Random House, 1973); and Nguyễn Ngọc Bich, *A Thousand Years of Vietnamese Poetry.* See also Jacqui Chagnon and Don Luce, eds., *Of Quiet Courage: Poems from Vietnam* (Washington, D.C.: Indochina Mobile Education Project, 1974).

free verse to folk forms, by members of the National Liberation Front serving in the People's Liberation Armed Force and the People's Army of Vietnam during the American war. Like much of the poetry written in the hellish trenches of the Western Front during World War I, this poetry is sometimes sentimental, narrow in its vision, and too personally referential, but what endures is the authenticity of each soldier-poet's experience: the distillation of years of wartime suffering to a page or two of lines whose said quality is so clear and direct that readers cannot help being engaged, even changed, by it.

In 1987 I traveled to the Joiner Center to participate in a poetry reading with W. D. Ehrhart, another soldier-poet. During our visit we were introduced to the recently acquired archive of captured documents. Although the cataloging of the documents had begun (an enormous task, which is still incomplete), few Americans had read any part of the archive since the end of the war, almost twenty years before. Out of curiosity and because I wanted to know more about the people who had been my enemy but whose revolution I had tried to understand and appreciate, I asked to see some of the film with someone who could translate the Vietnamese texts for me. Thanh Nguyen was a research associate at the Joiner Center, and as a native speaker, her Vietnamese was fluent, and her command of English exceptional. (In her capacity as a research associate at the Joiner Center she had already selected and translated letters and poems from the documents for the Center's promotional and fund-raising purposes.)

As Ms. Nguyen and I scanned the film that first afternoon, we saw mundane military documents such as supply lists, performance evaluations, and routine chain-of-command correspondence, as well as some beautifully handdrawn maps of American military installations and battle plans sketched out roughly so they resembled the diagrams of a chess opening. We also found shapes within many of the confiscated diaries that looked like poems. Ms. Nguyen assured me that they were indeed poems, and that it was not unusual to find poetry in someone's diary. All Vietnamese wrote poetry, she said, especially when they were separated from their loved ones. She suggested we translate one of the poems so that I might get an idea of the kind of poetry these soldiers wrote. After she had accomplished a rough literal translation, I joined her in trying to shape the poem into something recognizable in English that still expressed a valid sentiment from the original Vietnamese. After an hour or so, we had what we both agreed was an interesting and touching poem.

Although I had considered my regard for the Hanoi regime and for the soldiers who had been my enemy twenty years earlier progressive and enlightened, I began to realize that afternoon, reading those simple declarations of the heart, that I had not understood nearly as much as I thought and I decided that the translation and publication of these poems was a project I had to undertake.

I returned to the Joiner Center in 1990, and Ms. Nguyen and I began to immerse ourselves in the task of translating a group of poems from the captured documents. This experience changed both of our lives significantly and began a three-year journey that included our independent work on the translations (after Ms. Nguyen had provided a literal, word-by-word English version), a correspondence when we were apart, and an intense collaboration during my three two-week residencies at the Center. In the winter of 1992 I traveled to Hanoi to complete a final draft with the help of two distinguished Vietnamese poets and translators, Ngo Vinh Vien and Nguyen Quang Thieu. The journey culminates with the publication of this book.

Our methodology emerged gradually as we worked our way through the poems. Often, a literal translation did not make sense; what was a common allusion in Vietnamese, for example, was often a vague reference in English. Thanh and I engaged in a special kind of dialogue, which included the obvious exchange of questions and answers to discover the right words in English, but which also depended upon Thanh's some-times dramatic descriptions. She explained allusions to plays, songs, dance forms, common romantic motifs, Vietnamese myths, landscapes inherently familiar and signficant to most Vietnamese, as well as culturally idiosyncratic references. She sang, pantomimed, acted, chanted, and made shapes in the air with her fingers. Eventually, when we were lucky and had worked hard enough, a poem would emerge in English in a draft that was recognizable as poetry. I would then work on that draft as if it were my own and I was revising. When I had completed what I thought was a finished poem in English, Thanh would check it against the original Vietnamese and we would begin our dialogue again.

In December of 1992 I traveled to Hanoi to seek the assistance of Mr. Ngo Vinh Vien, Vietnam's most dis-tinguished translator, and Nguyen Quang Thieu, a young and highly regarded translator from a small village near Hanoi, who is also a poet, novelist, short-story writer, and the editor of the international pages of the presti-gious journal *Van Nghe*. Together during ten days in

December in my room in the guest house on Nguyen Du, we prepared a more accurate draft of the poems. With their help, Thanh and I were able to complete a manuscript that we are confident is an accurate representation of the Vietnamese version that maintains its integrity in translation.

We have transcribed the texts without emendation, and have tried to reproduce the line lengths and stanza forms. Whenever possible, we attribute pieces to the soldier-poet in whose diary the poems were discovered. In addition to these original poems, we have included a version of Vu Cao's well-known poem "The Couple of the Mountains," which was a particular favorite among soldiers. Because it was copied, in varying forms, in so many of the diaries, we felt we should reproduce it here as well.

Through their poems, these soldier-poets, many of whom are dead, are given a voice, and their poetry, when embraced, provides insights nowhere else available in English. The effect of this poetry is to humanize the soldiers who fought on the side of the revolution in such a way as to help dispel the stereotypes created by the United States military and the American media during and after the American war in Vietnam. Reading these poems it is possible to witness the daily struggle of these soldiers. When we had translated those first few poems together, I was struck with how similar the experiences they recorded were to the experiences of American soldiers. The Vietnamese had suffered the same longing for their distant loved ones, the same exhaustion from long days in battle, the same daily frustrations, and sometimes even the same confusion about their purpose.

It is our hope that through this bilingual presentation, Americans and Vietnamese will share our wonder at these humble and deeply moving poems written in the face of enormous danger and incomparable loss, by the revolutionary soldiers of Vietnam's long struggle for independence.

I am grateful to Kevin Bowen and David Hunt, co-directors of the William Joiner Center for the Study of War and Social Consequences, for providing access to the documents and other support necessary to finish this project; to Mr. Vu Tu Nam and Mr. Chinh Huu, co-chairmen of the Vietnamese Writers' Association, and to the members of their association for their invitation to come to Hanoi to work with my Vietnamese colleagues; to Ms. Dao Kim Hoa for her unflagging support of this project and for her admirable skills as interpreter; to the Pennsylvania State University for a research grant to help cover expenses for my travel to Hanoi; to Ngo Vinh Vien and Nguyen Quang Thieu, without whose hard work and abiding belief in this project these translations could never have been completed; to Le Luu, Pham Tien Duat, Huu Tinh, Le Minh Khue, Hoang Yen, and my many other Vietnamese friends in Hanoi who made my stay there memorable and productive; to Christopher Upham for his friendship and camaraderie during my trip to Hanoi; to Long T. Nguyen for his special assistance with the Vietnamese text; to Lady Borton for her careful reading of the manuscript; to Gloria Emerson for her support; to David Keplinger for his editorial assistance; and to Paul Wright, whose belief in this project inspired us throughout.

Finally, although there is no way to seek or receive permission or adequately acknowledge the authors, it is our hope that this collection of translations is itself a homage to their memory.[3] These soldier-poets wrote under the most extreme circumstances a poetry whose clarity and depth of feeling are dramatic testimony to the place of poetry in the hearts and minds of the Vietnamese.

Bruce Weigl
State College, Pennsylvania
July 1993

3. As this book was going to press, parts of the captured documents micro-film were presented to Vietnamese officials by a high-level U.S. delegation. Eventually all of the film and the equipment to read it will be available to researchers and the families of the lost soldiers. *Indochina Digest,* August 1993.

Poems
from
Captured
Documents

Bàn Tay

Bàn tay nào dìu em vào lối mộng?
Bàn tay nào ve vuốt tóc em đây?
Bàn tay nào xoa ngực em xúc động?
Bàn tay nào đưa em lên ngàn mây?

Bàn tay nào dìu em đi chơi trăng?
Bàn tay nào tìm trốn đêm mơ màng?
Bàn tay nào ghì vai em bâng khuâng?
Bàn tay nào đan tay em ngần ngại?

Ừ bàn tay nầy
Bàn tay nầy đây
Bàn tay gân guốc
Từng đốt ghi tháng ngày.

Bàn tay thuở xưa quen tìm vú mẹ
Thì bây giờ mùi sa ngọt mờ phai
Bàn tay thuở xưa say tìm vú mẹ
Thì bây giờ đang luồn trong áo ai?

Bàn tay phiêu du khắp cùng ngỏ ngách
Dù quần xắn áo cài
Dù mày cau môi mím
Cố gói những gì em mơ
Em say

Nguyễn Văn Lục

2

Hands

Whose hands lift you into the path of dreams?
Whose hands stroke your hair?
Whose hands caress your breasts and move you?
Whose hands lift you into heaven?

Whose hands ease your walk into moonlight?
Whose hands seek and hide in dreaming nights?
Whose hands hold tight your shoulders?
Whose hands weave with your reluctant hands?

Yes, these strong hands,
Every knuckle bearing the traces of time,
These hands that held the mother's breast
Have lost the sweet milk's fragrance.
Under whose blouse do these hands slip now?

These hands wander every inch of you.
It doesn't matter if your trousers are rolled up,
Or your shirt is buttoned.
It doesn't matter if you knit your brow
And purse your lips.
I try to hold all that you dream you love.

Nguyen Van Luc

Ý Nghĩ Của Tôi

Tôi muốn viết thật nhiều trang sách nhỏ
Những tâm tư tình cảm của nỗi lòng
Ôi đời phiêu bạt có như không
Chán chán quá bố cha kiếp sống.

Có những kẻ "cậy ông" lên mặt
Cứ dạy đời vài chuyện lăng nhăng
Chuyện ăn, chuyện ỉa, chuyện nằm
Thôi thì theo dõi thằng ăn cái gì.

Đời có kẻ nói năng tầm bậy
Tị nạnh ăn sao nó ăn nhiều
Ông thừa răng có ăn hầm cóc
Những của hôi báo trước mi hay
Có còn đứng ngó những gì ông ăn.

Thôi mi ạ đã trượt quân hàm
Thì đừng than thở khóc than làm gì
Trêu gan những lúc đương thì
Có tiền cứ việc làm gì được ông.

Rồi đến lúc thành công cái đã
Hãy đã tin ... vào lũ chúng bay
Nhà ông cơm cá gà quay
Thằng nào dòm ngó gậy nầy ông phăng.

Cũng mang kiếp sống ở đời
Bó miệng làm chi để thiệt thòi
Đời tàn mấy lúc thời chinh chiến.

Ngày 26, tháng 2, 1967
Ông Giang

4

My Thoughts

I want to write, in my little book,
Many pages of what I long for, what I feel.
A wandering life is no life at all.
I'm sick and I'm tired of this damned life.

Corrupt people look down on us here.
They teach us meaningless lessons
On how to shit, how to sleep.
They spy on who eats what and when.

They talk nonsense and wonder
Why those who eat so little shit so big.
If I had more teeth, I would eat a village of frogs.
I would eat a meal of rotten food
And see if they'd still want to watch.

"You're so rich, do something to me now," I'd say.
Until the victory, I'll try to believe in you.
Until my family can feast on fish, rice, and duck,
I will strike with my cane he who spies on me.

I have a life in this world.
Why stay quiet only to suffer loss?
Life in war is so short.

26 February 1967
Ong Giang

Tiếng Ru

Con ong làm mật yêu hoa
Con cá bơi yêu nước
Con chim ca yêu trời
Con người muốn sống con ơi
Phải yêu đồng chí, yêu người anh em.

Một ngôi sao chẳng sáng đêm
Một thân lúa chín chẳng nên mùa màng
Một người đâu phải nhân gian
Sống chăng một đốm lửa tàn mà thôi.

Núi cao bởi có đất bồi
Núi chê đất thấp núi ngồi ở đâu
Muôn dòng sông đổ biển sâu
Biển chê sông nhỏ biển đâu nước còn.

Tre già yêu lấy măng non
Chắt chiu như mẹ yêu con tháng ngày
Mai sau con lớn hơn thầy
Các con ôm cả hai tay đất tròn.

Xuân Đinh Mùi 1967
Hắc Long

6

Voice of the Lullaby

As they love the flowers, bees make honey.
Swimming fish love the water.
Singing birds love the sky.

People want to live, dear son.
You must love your countrymen.
One star cannot light the night.
One rice plant cannot make a harvest.
One person is not the world
If he is only an ember of dying fire.

If the lowland disappears,
Where will the mountain stand?
Thousands of rivers pour into the sea.
If the sea forsakes these small rivers,
There can be no sea.

The old bamboo embraces the bamboo shoots,
Nursing them as mothers nurse their children.
Someday we will grow stronger than our parents.
We will hold the round earth in our hands.

Spring, Year of the Goat, 1967
Hac Long

Đêm Trăng

Nước róc rách ánh trăng vàng rung động
Ánh đèn ai le lói giữa đêm thâu
Cầm tay em tim anh như ngừng đập
Mùi hoa thơm của hương vị yêu đương.

Em ơi gần lại nữa, gần lại nữa
Cho con người cô quạnh thỏa lòng mong
Giòng suối trôi trôi mãi về đâu
Mối tình ta có phai nhạt chăng em.

Ngẩng đầu lên ánh trăng vàng rung động
Đổ tràn lên mái tóc đẫm sương
Đêm hôm nay một đêm đầy thơ mộng
Anh đang rào rạt hai chữ yêu đương.

Anh xa em như chết cả cõi lòng
Bao giờ gặp lại nỗi niềm thương nhớ
Chờ ngày gặp gỡ nơi qui định
Đó là ngày hứa hẹn của chúng ta.

Viết xong ngày 5, tháng 8, 1966
Đức Thành

Night of the Moon

Murmuring water stirs the moon's gold in the stream.
Whose lamp glimmers in the deepening night?
When I held your hands, my heart seemed to stop.
The fragrance of the flower is the fragrance of love.

Come closer and closer my love
And satisfy this lonely man's wish.
The stream flows and slows to a place unknown.
And our love, does it diminish?

I look and see gold light
Quiver and shine in my hair wet with dew.
Tonight is the night of romance.
I am filled with love for you.

Separated from you, my heart is dead.
When will we find the love we had?
How long until the day we return
To the place we promised to meet?

Finished on the 5th of August 1966
Duc Thanh

Xuân

Tôi muốn viết vài dòng thơ xuân
Nhưng lòng còn những nỗi bâng khuâng
Xuân đến, xuân đi, xuân lại đến
Nhưng người tôi vẫn mãi chẳng thấy xuân.

Ất Dậu, Bính Thân, Thìn, Nhâm Tý
Rồng đi, rắn đến, ngựa phi nhanh
Năm dê chắc hẳn Đinh Mùi tốt
Hay lại bỏ đi đến năm Thân.

Còn đây năm cũ tôi ghi để
Cái tuổi hùm ăn đến nhọc nhằn
Bao giờ cho hết đời phiêu bạt
Đón tết xuân vui với bạn lòng.

Xuân ơi đến để làm chi
Cho người hiu quạnh tuổi đương thì
Không nhà không cửa nơi rừng núi
Cũng nói đón xuân, xuân làm chi.

Đêm nay ba mươi tết
Tôi ngồi cầm bút viết
Thế là đã hết năm
Nghĩ chuyện cũ âm thầm
Một năm ôi nhanh quá
Quãng đường đi vất vả
Cái tuổi đời ba mươi tư
Tôi cảm thấy mịt mù
Mà mùa xuân đen tối.

The New Year

I want to write a few lines for the New Year
But my mind is dazed with wondering.
The old year came and went and another year comes
But I don't feel it inside.

Year of the Rooster. Year of the Monkey.
Year of the Mouse. Year of the Dragon . . .
Then the Dragon left and the Snake came
And the Horse galloped past.
I hope the Year of the Goat will be good.
Or perhaps we must wait for the Year of the Monkey.

I write these lines a few hours before the New Year.
Because I was born in the Year of the Tiger.
My life is hard. When I stop this wandering life
I will celebrate Tet with my dear friends.
Oh, New Year, why do you make me so lonely?
No home, no family in this mountain forest,
I don't know why I should celebrate.

New Year's Eve I sit here writing.
Another year is gone.
In this silence I remember the past,
The year that was lost so quickly.
The path of life is hard.
At thirty-four I feel lost and hopeless
And the New Year is so dark.

Hôm nay mùng một tết
Lúc chín giờ kém năm
Tôi khai bút vài dòng
Để mừng xuân tốt đẹp.
Ôi mùa xuân
Mùa xuân chó chết
Tao đã ngán lắm rồi
Dẫu có lắm chuyện vui
Nhưng cũng có nhiều cái dở
Thôi mặc đầu đã lỡ
Chót phải chót chớ sao
Tuổi hôm nay đã cao
Lỡ rồi xuân nhỉ
Mà vẫn không hoàn không
Chán xuân ơi là chán.

Tháng Giêng Năm Đính Mùi
Tướng Hắc Long

Today, first day of the year
I write to celebrate the Spring
I'm already weary of.
In the New Year I may have luck
But much unhappiness as well.
I have no choice but to live this new year.
Older but still trapped in this life.
I'm tired of you, New Year, and you, spring.

First month, Year of the Goat [1967]
Tuong Hac Long

Nam Định Quê Tôi

Quê tôi đẹp lắm bạn ơi!
Có về Nam Định quê tôi thì về.
Nắng hồng chiếu khắp đồng quê
Ba mùa lúa chín lúa về thôn trang.
Lũy tre xanh thắm xóm làng
Gốc núi, gốc bàng rợp bóng cành đa.
Ngói tươi tô thắm bao nhà
Đường làng mát dịu, đậm đà tình quê.
Chiều chiều gió lượn quanh đê
Sông hồng uốn khúc, nước về lúa xanh.
Trăng vàng bóng tỏ quê anh
Tiếng thơ giọng hát, thanh bình lại vang.
Cờ hồng phất phới xóm làng
Dân vui hợp tác lại càng ấm no.
Du dương tiếng sáo câu hò
Đời vui nay có ấm no thay rồi.
Hội xuân chim rợp bóng người
Hoa đào lại nở hơn mười năm xưa.
Rạng đông rợp bóng cây dừa
Phi lau ngả bóng bên bờ Bạch Long.
Miền đông nổi gió anh hùng
Một nguồn cá lớn ở vùng quê anh.
Buồm giăng đón gió thanh bình
Xương-Điền, Văn-Lý khắp miền muối phơi.
Nghĩa-Hưng lúa tốt ngợp người
Nam-Trực tiền tiến mở đời thủ công.

14

My Birthplace, Nam Binh

My village is lovely, friends.
If you have a chance to visit Nam Dinh,
Please do.
Rose pink sunlight shines over fields.
During three harvests
The color of rice covers the village and hamlet.
Bamboo trees make the village green.
At the foot of the mountain,
Almond trees overshadow the banyans.
Red tiles brighten many houses.
Walking the cool village road
Day by day
Deepens our love for our country.
Evening wind passes over the dikes.
The wandering river
Delivers itself to the green rice.
Voices of poetry and songs of peace
Fill the air.
In the village, red flags flutter.
Because the people work happily together,
Their lives are prosperous.
Because people have enough food, enough clothes,
The melody of the flute and the chant
Of Vietnamese fill our lives.
In this festival, the sky is filled with birds
Released by old men.
Cherry trees blossom thicker and redder
Than in the last ten years.
The shade of coconut trees
Lifts with the dawn.
The shade of sea pines
Falls along the white Dragon river.

Mỹ-Lộc đồng trắng nước trong
Ý-Yên, Vụ-Bản càng đông sức người.
Đứng lên làm chủ cuộc đời
Càng vui sản xuất thảnh thơi vui vầy.

Văn Kỳ

The east ocean winds
Inspire our heroes
And bring many fish to our village.
The sails open to the wind's peace.
Suong and Van Ly villages are white
With drying salt.
In Nghia Hung, the harvest is so good
Rice grows above the people's heads,
Surrounding them.
Nam Truc is a village of many crafts.
My Loc has white fields and clear water.
Y Yen and Vu Ban are rich with farmers.
We must all rise up and be masters of ourselves.
The happier our work, the freer our reunited lives.

Van Ky

Vú Em

Nàng gởi con về nương xóm cũ
Nghẹn ngào trở lại đẩy xe nôi
Rồi từ hôm ấy ôm con chủ
Trong cánh tay êm luống ngậm ngùi.

Nàng nhớ con nằm trong tổ lạnh
Không chăn, không đệm ấm, không màn
Biết đâu trong những giờ hiu quạnh
Nó gọi tên nàng tiếng đã khan.

Rồi từ hôm ấy dưới đêm thâu
Hồi hộp nàng ra vịn cửa lầu
Nhìn xuống ven trời xa vời vợi
Tìm nghe trong gió tiếng con thơ.

Gió vẫn vô tình lơ đãng bay
Những tàu cau yếu sẽ lung lay
Xạc xào trong cảnh đau lòng mẹ
Nghe tiếng lòng con vẫn tới đây.

Ta thấy nàng nghiêng mình vì đợi
Gục đầu thổn thức trong bàn tay.

Trích từ tập nhật ký của tác giả vô danh

Wet Nurse

She sent her baby to live in her village.
Choked with grief
She came to push her master's
Baby carriage.

Since that day
She's had to hold her master's baby
In her arms and grieve
And long for her own child.

She imagines he lies in a cold nest,
No blanket, no mattress, no mosquito net.
Perhaps in these barren hours
Her baby cries for her in a hoarse voice.

Since their separation,
She stands out on the balcony, sobbing,
Looking towards the far horizon,
Trying to find the sound

Of her baby's voice in the wind.
But aimless and indifferent
The wind continues to fly;
The areca leaves tremble lightly,

Rustling, an image that breaks her heart.
She hears her baby's voice resounding somewhere near.
She is bent over in longing.
She bows her head, weeps into her hands.

Author Unknown

Gặp Nhau

Tối qua dưới ánh trăng vàng
Anh đang mang súng theo đoàn hành quân
Gặp cô thôn nữ xóm Vân
Quẩy đôi thúng gạo nuôi quân qua cầu.

Tình cờ ta lại gặp nhau
Phải chăng là mối tình đầu nên duyên?
Mỉm cười e thẹn ngẩng lên
Nhìn đôi má lúm đồng tiền thầm yêu
Đôi ta còn gặp nhau nhiều.

Ngày 20, tháng 4, 1966
Tác giả vô danh

Meeting

Last night, walking behind my unit under golden
   moonlight,
My rifle slung on my shoulder,
I met a peasant girl in Van.
Carrying two baskets of rice for the soldiers,
She crossed the bridge.

We met by chance
So I asked myself if such a love
Could ever be.
Shyly, she looked up at me.
Her dimpled cheeks made me love her, secretly.
Perhaps we would meet again.

20 April 1966
Author Unknown

Nhớ Lại Mùa Đông

Mùa thu qua, đông đã đến rồi
Mưa gió lạnh lùng các bạn ơi
Mùa đông gió lạnh như trời bão
Với cảnh cô đơn thật tủi sầu.
Hỡi ai có thấu lòng cô quạnh
Giữa một mùa mưa với gió đông.

Tôi nhớ một hôm ở Sài Gòn
Tôi quen biết với một cô ấy
Chắc nay cô đã lấy chồng rồi
Còn gì đâu nữa mà trông đợi.

Đợi mà chi nữa các bạn ơi
Ta hãy quên đi những cuộc đời
Tìm chi ra nữa đời chân lý
Mà phải cô đơn với cảnh sầu.

Viết trong rừng tre ngày 8, tháng 9, 1966
Đức Thành

Remembering That Winter

Autumn passed, winter came.
Winter wind and cold rain like a storm, friends,
And this lonely, empty landscape makes me sad.
Who can understand how I feel in the winter's cold rain.

I remember one day in Saigon,
I met a girl. . . .
Perhaps she's married now
And I have nothing to wait for, friends.

I try to forget everything.
I cannot fight the life of truth,
So why be alone in the land of grief?

Composed in the bamboo forest, 8 September 1966
Duc Thanh

Lưu Niệm Ngày Xanh

Tôi gặp Thành trên chiến trường nhạt nắng
Súng kề vai, nắng nhạt mất màu da
Phút chia tay đồng hát một bài ca
Tình dân tộc chan hòa trên chiến tuyến.

Buổi chia tay ta có gì lưu luyến
Bóng trăng non để lộ mấy hàng mi
Vai kề vai ta chẳng biết nói gì
Để nhớ mãi, ta viết bài thơ lưu niệm.

Kỷ niệm Thanh Đăng

24

A Young Man's Recollection

On the battlefield at sunset I met Thanh,
Our guns on our shoulders, our skin brown from sun.
That moment of exile, we sang a song
Of our people's love spread across the front.

Like regret that moment of separation stays in our hearts.
The moon had nothing to show but its closed eyes.
Standing shoulder to shoulder, there were no words,
And now only this poem to remember our friendship.

Ky Niem Thanh Dang

Đêm Buồn

Xa dần năm tháng bớt thương đau
Áo trắng ngày xưa đã đổi màu
Mây trắng quyện hồn trinh trắng ấy
Sắc hương chưa thắm lại phai màu.

Vẫn biết người đi trong lối mộng
Tìm bao cảnh lạ đắp mơ buồn
Mắt xanh đâu nữa, còn đâu nữa
Đoán chắc thuyền em tách bến sông.

Áo trắng trời đông ngập không gian
Còn đâu trong ấy những niềm thương
Đêm nay tưởng nhớ đêm nào khác
Ta với người đi trong gió sương.

Sa Nhỏ

Sad Night

The longer we are apart,
The more sorrow cuts away at us.
Long ago her dress was white
But now is drained of color.

White clouds twisted her virgin spirit.
Our happiness, though blossoming, fades.
She walks with me now only in dreams.
I find strange places to hide from our sad hope.
Where are the beautiful woman's eyes?
Where has she gone?

I think her wedding boat has left the river's shore.
In winter her white dress floods the air
But I cannot feel its warmth.
Tonight I think of other times
When we walked in the night's wind and mist.

Sa Nho

Một Đêm Trăng

Đêm nay gió lạnh bên hàng trúc
Trăng ẩn đầu non, nước gợn sầu
Tiếp được thư em vừa gởi đến
Bồn chồn anh đọc suốt canh thâu.

Đọc xong mới biết em thương nhớ
Mẹ thảm, em buồn lệ thảm rơi
Cháu dại phương trời vời vợi đợi
Cô dì, chú bác cũng lâm ly.

Và em khuyến khích anh quay gót
Xum họp bà con chốn cố hương
Bởi lẽ đời anh còn mộng thắm
Thì ra anh khóc khóc thương em.

Thương em chẳng hiểu câu chân lý
Kiếp sống làm sao ích chúng ta
Vội lấy hoa tím dán lên bút sách
Lệ nhòa mực tím dệt thành chương
Ghi bao chí nguyện anh ôm ấp
Gởi đến cho em được thấm hiểu.

Anh về chưa được, về chưa được
Khi cả nhân dân khốn khổ kia
Khi nước non nhà tràn khói lửa
Khi bầy hùm hổ còn mưa bom.

One Moonlit Night

Tonight the wind is cold on bamboo trees.
The moon hides behind the mountain's top.
In sadness the river ripples.

I received your letter and read it
Nervously through the night
And afterward
I knew you grieved for me like a mother and wept.

Nephews and nieces wait far away.
Sorrowfully, aunts and uncles wait too.
You beg me to come home, my love,
To the family of our village
Because my life is still full of sweet promise.

You do not understand the way of truth.
Life must be spent for the people's good.
I picked a violet to tuck into my book.
Tears mixed with the violet's ink
To weave into my writing.
All the wishes I send, so you will understand.

Anh về chưa được, về chưa được
Khi còn quân giặc ở Việt Nam
Anh còn đi chiến đấu giết giặc
Đến khi nào thống nhất nước non
Bà con Nam Bắc vui tươi đón mừng
Ấy ngày tái ngộ anh cùng gặp em.

Ngày 25 tháng 7, 1966
Đức Thành

30

I cannot return
While the enemy is in Vietnam.
I must fight until our country is unified.
All people in the North and South
Will welcome the day when we can meet again.

25 July 1966
Duc Thanh

Tuyệt Vọng

Trưa nay nắng gắt gió thổi khan
Cây héo nhành khô lá úa vàng
Tiếc cho những cánh hoa hồng nọ
Mới đó mà nay đã chịu tàn.

Trách cho vũ trụ khéo xoay vần
Cho đời quá đổi nỗi bâng khuâng
Phải chi xuân đến mà ở mãi
Ong cùng hoa nọ khỏi chia phân.

Có phải là ai có phũ phàng
Đã làm ong bướm phải dở dang
Tiền tài quyết định cho người đó
Người xét cho ta kẻo mà oan.

Viết xong ngày 29, tháng 7, 1966
Đức Thành

Despair

Unbearable heat this afternoon.
The wind blows dry and hot.
The trees are withered,
Their branches dry, their leaves yellow.
I grieve for the roses that blossom only to die.

I blame the universe that revolves,
The wheel of life that turns so skillfully
And dazes me with longing.
If spring would come to stay,
The bees and flowers would never part.

Who could be so unfaithful
To keep the bees from their flowers?
Only those who believe money and power
Determine our fate.
Never think of me in this unjust way.

Finished on 29 July 1966
Duc Thanh

Ra Đi

Nhìn lên ngọn núi Thiên Thai
Đêm trăng thanh vấn nào ai hiểu lòng
Bao nhiêu tình cảm nhớ nhung
Bấy nhiêu lưu luyến không cùng bên nhau.

Em ơi em hãy vui lên
Hẹn ngày gặp lại khi trời tan mây
Thơ nầy anh viết canh tàn
Canh ba gà gáy mọi người lặng yên.

Còn anh vẫn thức nhớ em
Đêm dài anh lại thiếp đi bao giờ
Giấc mơ thoáng mất đã qua
Ánh hồng rực sáng kia rồi em ơi
Gặp em giữa lúc Bắc Nam thanh bình.

Xuân Mới

Departure

Looking to the top of Paradise Mountain
This night of the clear and bright moon,
Who can understand
That the more I miss our love
The stronger my love becomes.

Please be happy, my love,
Because we promised to see each other
When the clouds have disappeared.
All through the night I write this poem.
Third watch, cock-crow, everyone asleep.

Only I'm awake, writing this for you,
So exhausted I didn't know I'd fallen asleep.
My dream of you came quickly and was gone,
Vanished with the dawn's pink light.
When North and South are at peace,
We will have each other again.

Xuan Moi

Em Gái Miền Nam

Em là gái miền nam nơi nam bộ
Anh là trai Quảng Ngãi ở miền trung
Vào nơi đây hai đứa hai đường cùng cảnh số.

Em yểu điệu như tiên nga ảo mộng
Mái tóc huyền thơ mộng
Môi thắm tươi mắt phượng
Giọng ấm áp thêm tướng đi yểu điệu
Dạo gót hài ngót lả cố muôn phương.

Anh chỉ là một khách lạ viễn phương
Nghèo tiền bạc nhưng giàu lòng chung thủy
"Không," em bảo, tạo thành hai chữ tình yêu
Yêu giai cấp và tình yêu cao thượng.

Cùng kết hợp vào một quả tim non
Người em gái không bao giờ chọn lọc
Chỉ biết yêu người anh trong hiện tại
Để sống cùng với lý tưởng xông pha.

Ngày 31 tháng 7, 1966
Đức Thành

Girl of the South

She is a girl of the South.
I am a Quang Ngai man
From the heart of our country.

We come to each other from different places
Yet share the same suffering.
She is graceful as an angel in a dream,
Her long hair like black silk,
Her red lips full, her eyes like fire,
Her voice sweet, her steps
Graceful in a thousand places.

I am a man from far away.
I am poor and own nothing,
But my heart is full of love.
I am faithful to that one word, love,
Love for the people and love for you.

If you love the people, your love is noble;
You who may never choose any man for your lover
But love me only as a brother, a dreamless man.
You who must live the brave ideals,
Who must rush into danger.

31 July 1966
Duc Thanh

Đêm Trăng Mùng Mười

Ánh sáng trăng đêm tối mùng mười
Màu sáng nhợt khi mờ khi tỏ
Bao cảnh vật đang đón chờ trăng
Hãy sáng lên soi cả khắp miền.

Vầng trăng sáng soi thuyền đất khách
Xuống thuyền nhanh tách bến sang bờ
Kẻo mây che trăng mờ duyên thắm
Mối tình đầu thầm lặng trong đêm
Đã khơi bao kỷ niệm êm đềm
Đêm trăng ấy mới tròn hạnh phúc.

Rồi bỗng nhiên trăng khuất nửa chừng
Như báo hiệu anh đừng lưu luyến
Nhưng làm sao ngăn được lệ lòng
Vì tình đầu mới chớm nở bên trong.

Dầu cho phải cách núi ngăn sông
Lửa lòng khóa lại mưa đông đêm nào
Phải chăng là giấc chiêm bao
Hay anh lạc chốn vườn đào từ lâu
Nụ cười em nở trên môi.

Ngày 31 tháng 12, 1969
Tác giả vô danh

Tenth Night of the Moon

Tenth night of the moon
Whose light is bright then dim.
Everything waits for the moon
To spread its light to cover North and South.

Already the moon illuminates the small ferry.
Please come quickly my love
To cross the river
Before clouds dim the moonlight and our love.

In this silence I recall
All sweet memories of our first days of love.
Only in the moon that night were we happy.
But the hidden moon breaks through now,
Warning me to let go.
How can I stop the tear in my heart?

Although mountains and rivers separate us,
Our love blossoms inside me.
But in the cold winter rain
Our burning hearts die.
Was it a dream,
Or did I lose my way in an angel's garden
And see your lips open into smile?

31 December 1969
Author Unknown

Trao Trọn Linh Hồn

Mắt em nếu phải là gương
Thì anh treo ở đầu giường anh soi.
Tim em nếu phải vàng thoi
Thì anh gìn giữ không rời phút giây.

Tóc em nếu phải là mây
Thì anh ngửa cổ tối ngày anh trông.
Má em nếu phải hoa hồng
Ngửi rồi anh uống sạch luôn đóa.

Vú em nếu phải là đồi
Thì anh lên đỉnh anh ngồi làm thơ.
Môi em nếu phải là mơ
Sáng đêm anh ngậm núm cho say đời.

Áo em nếu phải tơ trời
Thì anh làm giọt mưa rơi trong lòng.
Tay em nếu phải khoảng không
Anh xin trao trọn linh hồn cho em.

Nguyễn Văn Lục

Giving My Soul Completely

If your eyes are a mirror
I will hang it above my bed
To mirror myself.

If your heart is a gold bar
I will hold it carefully
And never let it go.

If your hair is a cloud
I will hold my face
Upwards to see you.

If your cheeks are roses
I will smell them
And drink them in.

If your breasts are hills
I will rest happily on them
And write poems.

If your lips are apricots
I will suck them day and night
To drink in their life.

If your blouse is the silk net of heaven
I will be a drop of rain and lie in it.
If your hands are the air
I will give you my soul completely.

Nguyen Van Luc

Lưu Bút

Tôi bạn quen nhau giữa cuộc đời
Cười trong tiếng nấc lệ sầu rơi
Công danh sự nghiệp còn tay trắng
Biết nói gì đây chuyện chúng mình.

Tôi gặp Thành một chiều nhạt nắng
Mây bay lòng nhớ chuyện ngày xanh
Mưa lại rớt lòng mình gió lướt
Để kỷ niệm lòng mình tha thướt.

Huỳnh Văn Khoẻ

Note in My Diary

We met in the middle of our lives.
Choked with sadness and grief,
We still tried to laugh.
We had no future or fame,
No story to tell,
Only empty hands turned up.

I met you in the evening, Thanh,
As the light faded.
Tonight the wandering clouds
Remind me of our time together.
Rain falls and cold winds blow in my heart
That in my memory burns for you.

Huynh Van Khoe

Rừng Đêm

Qua bao nhiêu ngày tháng dẫm chân ở chiến trường
Chịu bao nhiêu những khó khăn gian khổ
Đấy là trui rèn người giải phóng quân
Phải biết và quen với tiếng nổ long trời
Và những mùi thuốc đạn.

Bạn ơi!
Tôi cực lắm bạn ơi!
Tôi là người con của dân tộc Việt Nam
Hằng trăm năm nay bị đô hộ
Hết giặc Pháp tới Mỹ.
Giờ đây tôi phải lăn vùi
Hầu cứu lấy quê hương thanh bình và yên vui

Những đêm những ngày
Mà tôi ăn không ngon ngủ không yên
Làm cho người tôi lại ốm đi
Một phần lớn về xác thịt.

Tôi đã chịu từng cơn kinh khủng của bom đạn
Đổ trút vạn trên đầu tôi
Hay có những đêm mưa tầm tã
Mà tôi phải đứng ngoài mưa ướt cả đêm
Chịu đói bụng cả đêm trường
Đêm càng khuya, đôi mắt tôi càng mệt
Tôi lại càng có ý đề cao cảnh giác cao độ.

In the Forest at Night

Many days and months have passed
And still I fight.
Living with difficulty and hardship
Is how the soldier of liberation is trained.
We must learn to live with bombs
Shaking the sky
And the heavy smell of gun powder.

My life is hard and miserable, my friends.
I am the son of the Vietnamese,
Under siege for a hundred years
By the French and Americans.
I roll in the dust. I sleep in a bed of thorns
To bring peace to my country.
Long nights and days I don't eat or sleep.
My body turns to bones.
Bombs pour down on me.

Many nights of heavy rain
I stand in the storm, wet and hungry.
The later the night,
The heavier my eyes
Yet the more vigilant I must be.

Oh friends, my mother is old.
She waits for me in our village.
Every night she waits to see me return
So she can finally close her eyes.

Bạn ơi! mẹ tôi đã già rồi
Còn đang đợi con ở chốn quê hương
Hằng đêm mẹ tôi chờ tôi về
Để mẹ tôi còn thấy tôi rồi chết.
Xóm làng tôi ngày đêm chịu cảnh chiến tranh
Tôi sợ rằng mẹ tôi chết lại không thấy mặt tôi
Nghĩ thế mà tôi thương mẹ tôi lắm các bạn ơi!.
Đêm nay là một đêm
Tôi cùng các bạn tôi phải ôm súng chặt
Để ra tận chiến trường.
Đêm đã dài mà tôi phải thức đào công sự
Lại đói cơm khát nước.

Người tôi bị dồn dập nhiều đêm
Nên đêm nay tôi mệt lừ
Tôi gắng gượng lại cho thân thể tôi đảm bảo
Chiến đấu tinh thần tôi còn hăng say
Chưa bao giờ tôi lại nghĩ hoang mang sợ sệt.

Các bạn ơi!!!
Chúng ta là thanh niên của dân tộc anh hùng
Dầu cho cực khổ, chết chóc
Nhất định ngày thành công sẽ về ta.

Kỷ Niệm
Đức Thành

46

Day and night our village is bombed.
I'm afraid she will die before seeing me again.
When I think of losing her,
I love her more, friends.

Tonight is the night we hold tight to our guns
And move to the front for battle.
Deep in the night I still dig our bunker.
I'm hungry and thirsty
And after so many troubled nights, I'm exhausted
Though I try to care for my body
So I can fight, my spirit burning,
Never doubtful or afraid.

Friends, we are the young men of a heroic nation.
Though we struggle with hardship and sacrifice,
We will win at last in the end.

For memory
Duc Thanh

Hy Vọng

Nước suối vờn mây, mây hồng ấp núi
Ta đã qua mấy núi mấy đèo
Đầu gối Trường Sơn, chân mòn vết đá
Sốt rét lên cơn mệt lả.

Đi cứ đi vì cả ngày mai
Ta đi trên vạn đường dài
Vẫn thấy ngày mai trong ánh mắt.

Khói lửa qua rồi quê ta hết giặc
Ta hát bài ca xây dựng cuộc đời
Dẫu bây giờ mỏi gối khàn hơi
Vui tất cả cuộc đời ta làm việc.

Làm thân cầu nối tiếp ngày mai
Đất nước Việt Nam biển rộng sông dài
Đường tiếp nối đi về muôn mạch sống
Trong gian lao cần bài ca hy vọng.

Ngày 23 tháng 2, 1967
Tặng Trần Mạnh Giang, người bạn quen thân
gặp nhau trên đường chiến đấu.
Tác giả vô danh

Hope

Clouds shift above the stream.
Pink skies surround the mountains.
We crossed many hills, many valleys
And rested our heads on the Truong Son mountains,
The rocks worn by our many steps.

We shiver with fits of malaria
That come and go
Yet we move into our future.
We walk a thousand miles
And still the promised life stays in our eyes.

The burning and killing will pass.
The enemy will be driven from our country.
Although our legs are weary,
Our voices hoarse,
We sing the songs of rebuilding.

All of our lives we struggle to be happy in our work,
To build a bridge to tomorrow.
Vietnam is a country of great seas
And long rivers.
We struggle on the road to move forward.
In this hardship, we need songs of hope.

23 February 1967
To Tran Manh Giang,
a close friend met on the warring path.
Author Unknown

Cần Thơ Quê Tôi

Cần Thơ quê mến của lòng tôi
Gạo trắng nước trong nắng đẹp trời
Lớp chuối hàng cau dừa xanh ngát
Vì ai! cất bước bỏ làng tôi?

Giã từ quê mến tôi lên đường
Một lòng tôi quyết vượt trùng dương
Cà Mau mới đến gặp bạn đường
Vỗ vai mừng rỡ bạn cố hương.

Xiết tay chiến đấu nơi đất khách
Chớ không thèm trở lại hậu phương
Nhịp chân một bước bao người tiến
Danh dự chúng ta đã bẩn rồi.

Can Tho, My Village

Can Tho, country of my heart,
Country of the whitest rice, clearest water,
Most beautiful sunlight.
Country of the green banana,

The betel palm and coconut tree. . . .
Who could force me to leave this country?
I journey with a strong will,
Determined to cross every ocean,

To join the revolution at Ca Mau.
But fighting in another village,
Even hand in hand with my comrades,
Is like fighting in a strange country.

I cannot return home.
Step by step we march
To save our honor,
Already muddied by the enemy.

We promised ourselves
We would not let our country fall,
Using all of our strength
So that Ca Rang City and Phung Hiep

Đừng cho hoen ố mảnh quê tôi
Dùng hết khả năng suốt một đời
Cà Răng, Phụng Hiệp còn ghi nhớ
Rừng Hoa Vũ tranh lửa sáng ngời.

Dành riêng cho bạn bài thơ ngắn
Chúc bạn một lòng chỉ thế thôi.

Ngày 20 tháng 5, 1967
Nguyễn Lam Sơn
Sanh năm 1940
Tại xã Long Thạnh
quận Phụng Hiệp, tỉnh Cần Thơ

Will be remembered,
And the Hoa Vu forests
Will shine bright as fire.

With hope that you will keep your will,
I write this poem for you, my friends.

20 May 1967
Nguyen Lam Son
Born in 1940 at Long Thanh District
Phung-Hiep County, Can Tho Province

Nhớ Lại Tình Xưa

Thành ra đi một buổi chiều gió lạnh
Em Hồng, em hãy đợi mùa đông ấy
Cánh nhạn bay về với miền gió sương
Để gợi lại tình thương ba năm trước.

Thành nhớ mãi trên con đường qua lại
Em và anh nói chuyện đã nhiều lần
Bên con sông cái lê mình qua xóm nhỏ
Giòng nước xanh lờ lững chảy triền miên.

Anh ước vọng người em đợi mãi mãi
Đợi đến ngày anh trở về
Ngày ấy là ngày ước vọng
Cũng là ngày thống nhất miền Nam.

Đức Thành

Remembering Past Love

On a cold and windy evening I went away.
Please wait for me, Hong.
The swallows return to this place of wind and mist
So I remember our love these past three years.

I remember the path we walked to the river
Where we came together and talked.
We walked that path so often
Our feet carried the river's sand into our village.

Endless and indifferent, the green river flows.
I hope you will wait for me.
I long for the day of my dreams
When North and South are one.

Duc Thanh

Thơ Núi Đôi

Bảy năm về trước em mười bảy
Anh mới đôi mươi trẻ nhất làng
Xuân-Dục, Đoài-Đông hai cánh lúa
Bữa thì em tới, bữa anh sang.

Lối ta đi giữa hai sườn núi
Hai núi nên làng gọi núi đôi
Em vẫn đùa sao anh khéo thế
Núi chồng núi vợ đứng song đôi.

Rồi bỗng mùa Chiêm quân giặc tới
Ngõ chùa cháy đỏ những tàn cây
Mới ngỏ lời nhau đành lỡ hẹn
Không ngờ từ đó mất tin nhau.

Anh vào bộ đội lên Đông-Bắc
Chiến đấu quên mình năm lại năm
Mỗi bận dân công về lại hỏi
Có ai người Xuân-Dục, Đoài-Đông.

Anh nghĩ quê ta giặc chiếm rồi
Trăm nghìn căm uất bao giờ nguôi
Mỗi khi sương nở vùng đai địch
Sương trắng người đi lại nhớ người.

The Couple of the Mountains

Seven years ago you were seventeen,
I had just turned twenty.
Two villages, Xuan-Duc and Doai-Dong, two rice fields.
One day you would come to me,
And one day I would come to you.

On the path between mountains
That the villagers called Lovers Mountains
You teased me about how clever Heaven was
To create the husband and wife mountains
Side by side.

During the summer rice harvest
The enemy came.
Trees burned in the pagoda hamlet.
We had just proposed, but lost our chance to marry.
Since then we've been apart.

I joined the forces that went northeast.
Year after year I fought without thinking of myself.
When I met conscripted workers at the front
I would ask if they knew of Xuan-Duc, Doai-Dong.

I thought: our village could be occupied by the enemy.
The hundred thousand hatreds
And indignations would not disappear.
When fog surrounds the place of our enemy
I feel alone, apart from the world
And I long for you whom I left behind.

Đồng đội có nhau thường nhắc nhủ
Trung du làng xóm vẫn chờ trông
Núi đôi bắt dựng kề hai xóm
Em vẫn đi về qua lối sông.

Nao nức bao nhiêu ngày trở lại
Lệnh trên ngừng bắn anh về xuôi
Hành quân qua tắt đường sông huyện
Anh ghé thăm nhà thăm núi đôi.

Bỗng đến đâu có tin sét đánh
Giặc giết em rồi dưới gốc thông
Giữa đêm bộ đội vây đồn Thửa,
Em chết trung thành, chết thủy chung.

Anh ngước nhìn lên hai dẫy núi
Hàng thông bờ cỏ con đường quen
Nắng bụi bỗng dưng mờ bóng khói
Núi vẫn đôi mà anh mất em.

Dân chợ Phù Ninh ai cũng bảo
Em còn trẻ lắm nhất làng trong
Mấy năm cô ấy làm du kích
Không hiểu vì sao chẳng lấy chồng.

Từ núi qua sông đường nghẹn lối
Xuân-Dục, Đoài-Đông cỏ ngát đầy
Sân biến thành ao, nhà đỏ cháy
Ngổn ngang gò bụi cánh ngói bay.

58

Comrades in my unit tell each other
Our midland villages still wait for us,
And that you still crossed back and forth
On the river between the two mountains.

For days we were excited to go home,
Then the order for cease-fire finally came.
We took a short cut across the district's river.
I stopped to visit my family and the two mountains.
I stood at the pier on the pond.

Then the news came like lightning
That under the pine trees
The enemy had killed only you.
Midnight, troops had surrounded Thua military post.
You lived loyally and died faithfully.

I look up at the two mountains:
Rows of pine trees, lush grass grown over our path,
The dusted sunlight suddenly dim with smoke.
The mountains stay together but I lost you.

People in Phu Ninh market
Said you were the youngest girl
In the village to become a guerrilla.
They wondered why you never married.

From the mountains to the river the road is blocked.
Xuan-Duc and Doai-Dong are thick with wild grass.
Bomb-cratered yards have become ponds, houses burn,
Destroyed in the dust and broken tile.

Cha mẹ dìu nhau về nhận đất
Tóc bạc thương từng những gốc cây
Nứa tranh lợp mái lều che tạm
Đường chẳng khuất dần chuyện khổ đau.

Anh nghe có tiếng người qua chợ
Tạ giống mùa sau lúa sẽ nhiều
Núi vẫn còn kia anh còn nhớ
Quân thù còn đó anh còn đây.

Ở đây cô gái làng Xuân-Dục
Đã chết vì dân ở đất nầy
Ai viết tên em thành liệt sĩ
Trên những hàng bia trắng giữa đồng.

Yêu em anh gọi em đồng chí
Một tấm lòng trong vạn tấm lòng
Anh đi bộ đội sao trên mũ
Mãi mãi là sao sáng dẫn đường
Em sẽ là hoa trên đỉnh núi
Bốn mùa ngát mãi cánh hoa bay.

Vu Cao
Trích từ tập nhật ký của Nguyễn Văn Lục

Our white-haired parents help each other return.
They love every root of every tree.
They build temporary huts from bamboo trees.
Gradually, day and night, they forget their grief.

On the way to the market I heard someone say
The next harvest would bring much rice.
The mountains remain side by side
And I remember our love.
As long as the enemy is here, I will fight.

The villagers wrote your name as a heroine
On the white steles in the center of the field:
Here the girl of Xuan-Duc died
For the happiness of the people of this land.

Reading your name I wanted you back.
I love you and call to you as a comrade.
One heart in a thousand hearts.

Red star on my hat
Always guiding my way,
I joined the troops.
You are the flower on top of the mountain.
In all seasons you send out your fragrance.

Vu Cao
From the diary of Nguyen Van Luc

About the Translators

Thanh T. Nguyen left her native Vietnam, where she had been a high school English teacher, in 1981. In this country she studied computer science and political science at the University of Massachusetts at Boston, graduating magna cum laude. She worked as a research assistant at the William Joiner Center's archives (UMass/Boston) from 1987 to 1992. She recently received her Masters of Education from the Graduate School of Education at Harvard University and is a Larsen Fellow working toward her doctoral degree there. She is currently teaching American studies at the University of Massachusetts at Boston. As a survivor of the war in Vietnam, she believes that open communication and the development of mutual understanding and respect are among the first steps toward healing for all.

Bruce Weigl was born in Lorain, Ohio, in 1949, and served with the First Air Cavalry in Vietnam from 1967 to 1968. He is the author of six collections of poetry, most recently *Song of Napalm* (Atlantic Monthly Press, 1988) and *What Saves Us* (TriQuarterly Books, 1992). His poetry, essays, articles, and reviews have appeared in numerous national magazines and periodicals and his poems have appeared in such influential anthologies as Paul Fussell's *Anthology of Modern War Literature* and Carolyn Forché's *Against Forgetting: Twentieth-Century Poetry of Witness*. For his work, Weigl twice has been awarded the Pushcart Prize, a prize from the American Academy of Poets, "The Bread Loaf Fellowship in Poetry," a Yaddo

Foundation Fellowship, and a National Endowment for the Arts Grant for Poetry. He directs the writing program at The Pennsylvania State University and is past president of the Associated Writing Programs.